அஞர்

அஞர்

சேரன் (பி. 1960)

ஈழத்து நவீனக் கவிதையின் முதல்வரான மஹாகவியின் மகன்.

சேரன் தமிழிலும் ஆங்கிலத்திலும் பல இதழ்களில் தொடர்ந்து பத்தி எழுதியுள்ளார். அவருடைய ஆங்கில நாடகங்கள் கனடாவிலும் அமெரிக்காவிலும் அரங்கேற்றப்பட்டுள்ளன. கவிதைகளும் பிற படைப்புகளும் ஆங்கிலம், ஜெர்மன், மலையாளம், கன்னடம், சிங்களம், ஸ்வீடிஷ் உட்பட இருபது மொழிகளில் மொழிபெயர்க்கப்பட்டுள்ளன. *'What If the Rain Fails', 'Canto of War', 'Not By Our Tears'* ஆகிய அவருடைய ஆங்கில நாடகங்களை கனடாவின் *Asylum Thetare Group* தயாரித்துக் கனடாவிலும் அமெரிக்காவிலும் மேடையேற்றி வருகிறது.

சேரன் கவிதைகள் செல்வா கனகநாயகத்தின் மொழிபெயர்ப்பில் *'You Cannot Turn Away' (Toronto: TSAR Publishers,* 2011*)* எனவும் லக்ஷ்மி ஹோம்ஸ்ரோம், சாஷா எபெல்லிங் ஆகியோரின் மொழிபெயர்ப்பில் *'In a Time of Burning' (Todmorden, UK: Arc Publications,* 2013*) 'The Second Sunrise' (Delhi: Navayana,* 2012*)* எனவும் வெளியாகியுள்ளன.

பவானி தம்பிராஜாவின் மொழிபெயர்ப்பில் டச்சு மொழியில் *Het Verhaal Van de Zee, 2018, Liefsde Kent Geen Sleur* (2018) என இரு நூல்கள் வெளியாகியுள்ளன. வங்காள மொழியில், 'நிர்பச்சிதோ கொபிதா' என்ற தலைப்பில் சோபிக் டி சர்க்காரின் மொழிபெயர்ப்பில் தெரிந்தெடுக்கப்பட்ட கவிதைகள் 2017இல் வெளியாயிற்று.

இவர் கனடாவின் விண்சர் பல்கலைக்கழகத்தில் சமூகவியல், மானிடவியல் துறையில் பேராசிரியராகப் பணியாற்றுகிறார்.

மின்னஞ்சல்: *cheran@uwindsor.ca*

சேரனின் பிற நூல்கள்

கவிதைத் தொகுப்புகள்:

- ‘இரண்டாவது சூரிய உதயம்‘ (1983)
- ‘யமன்’ (1984)
- ‘கானல் வரி’ (1989)
- ‘எலும்புக் கூடுகளின் ஊர்வலம்’ (1990)
- ‘எரிந்துகொண்டிருக்கும் நேரம்’ (1993)
- ‘நீ இப்பொழுது இறங்கும் ஆறு’ (2000)
- ‘மீண்டும் கடலுக்கு’ (2004)
- ‘காடாற்று’ (2011)

கட்டுரைகள்:

- ‘உயிர் கொல்லும் வார்த்தைகள்’ (2001)

நேர்காணல்கள்:

- ‘கடவுளும் பிசாசும் கவிஞனும்’ (2006)

இணைப் பதிப்பாசிரியர்:

- ‘மரணத்துள் வாழ்வோம்’ (1985)
- ‘சோவியத் யூனியனின் உடைவு’ (1992)
- ‘தமிழ் இனி 2000: இருபதாம் நூற்றாண்டு உலகத் தமிழ் இலக்கிய வரலாறு,’ (2005)

சேரன்

அஞர்

காலச்சுவடு பதிப்பகம்

அன்பார்ந்த வாசகருக்கு,

வணக்கம்.

காலச்சுவடு நூலை வாங்கியமைக்கு நன்றி.

நூலின் உள்ளடக்கம், உருவாக்கம், அட்டைப்படம் இன்ன பிற அம்சங்கள் பற்றிய உங்கள் கருத்துகளையும் ஆலோசனைகளையும் காலச்சுவடு வரவேற்கிறது. தகவல், எழுத்து, வாக்கியப் பிழைகள் தென்பட்டால் கட்டாயம் தெரிவித்து உதவுங்கள். நூல் தயாரிப்பில் கடும் குறைபாடு இருப்பின் மாற்றுப் பிரதி உங்களுக்குக் கிடைக்கக் காலச்சுவடு ஏற்பாடு செய்யும்.

மின்னஞ்சல்: **publisher@kalachuvadu.com**

காலச்சுவடு நாகர்கோவில் தலைமையகத்துக்கும் கடிதம் அனுப்பலாம்.

தங்கள்
எஸ்.ஆர். சுந்தரம் (கண்ணன்)
பதிப்பாளர் — நிர்வாக இயக்குநர்

அஞர் ❖ கவிதைகள் ❖ ஆசிரியர்: சேரன் ❖ © உ. சேரன் ❖ முதல் பதிப்பு: டிசம்பர் 2018 ❖ வெளியீடு: காலச்சுவடு பப்ளிகேஷன்ஸ் (பி) லிட்., 669 கே.பி. சாலை, நாகர்கோவில் 629001

காலச்சுவடு பதிப்பக வெளியீடு: 872

añar ❖ Poems ❖ Author: Cheran ❖ © R. Cheran ❖ Language: Tamil ❖ First Edition: December 2018 ❖ Size: Demy 1 x 8 ❖ Paper: 18.6 kg maplitho ❖ Pages: 88

Published by Kalachuvadu Publications Pvt. Ltd., 669, K.P. Road, Nagercoil 629001, India ❖ Phone: 91-4652-278525 ❖ e-mail: publications@kalachuvadu.com ❖ Wrapper printed at Print Specialities, Chennai 600014 ❖ Printed at Mani Offset, Chennai 600077

ISBN: 978-93-88631-04-4

12/2018/S.No. 872, kcp 2202, 18.6 (1) ILL

அன்பின் வழியும் அறிவின் வலியும்
அறிந்த உற்ற நண்பர்
செல்வா கனகநாயகத்துக்கு

நன்றி

எம்.ஏ. நுஃமான்,
எஸ்.பி. புஸ்பகாந்தன்,
றஷ்மி

பொருளடக்கம்

அஞர்:

- “ஆர் அஞர் உற்ற நெஞ்சமொடு ஓராங்கு”
  – (புறம்: 238:15)
- “பேர் அஞர் கண்ணள் பெரு காடு நோக்கி”
  – (புறம்:247:6)
- “நடுங்கு அஞர் தீர முயங்கி நெரு நல்”
  – (அகம்.62:11)
- “ஆர உண்டு பேர் அஞர் போக்கி”
  – (பொரு:88)
- “கடு புனல் தொடுத்த நடுங்கு அஞர் அள்ளல்”
  – (குறு:103:01)
- “அறிவு அஞர் உழ ந்து ஏங்கி ஆய் நலம் வறிது ஆக”
  – (கலி:127:`12)

காப்பு

நீர்

வீட்டில் முத்தமிட முடியாது
தெற்கே நடந்து செல்கிறோம்
கரையிலாத நீர்நிலைகள்:

ஆறு. சுனை. பொய்கை. ஏரி.
குளம். வில். கிணறு. அருவி.
அகழி. அளை. ஊருணி.
ஓடை. கலிங்கு. கடல்.
குட்டை. குட்டம். கம்மாய்.
கால். கூவம்.
குண்டு. குழி.
கூவில். கூவல்.
குமிழி. கேணி. தாங்கல். ஓடை.
நீராவி. ஆவி. மடு.
மடை. ஆழி. ஊற்று.
வாளி. சிறை. சேங்கை.
தடம். தளி.

என
என
என

எல்லாவற்றிலும் எதிரொலிக்கிறது
முடிவற்ற ஈரத்துடன்
எனதும் உனதும் இதழ்க் கலவி.

கிறக்கம் துறந்து கண் திருப்புகிறேன்
நீ இல்லை
நீர் வாழி.

அஞர்

கவிஞனை நினைவு கொள்வது எப்படி?
அல்லது
அல்லது

கவிஞனை நினைவு கொள்வது எப்படி?
உண்மையான மனிதன் அவன்தான் என்பதை
நீங்கள் உய்த்துணரும் பொழுதிலா?

அல்லது

இரண்டு சில்லும் வெடித்துச் சிதறியபின்
கல் பரவிக் கிடக்கும் ஒழுங்கையில்
வெறுங்காலோடு
சைக்கிளைத் தள்ளிக்கொண்டு வருகையில்
சிகரெட் பற்ற வைக்க முடியவில்லையே என்று
அவனுக்கு ஆதங்கம் மேற்பட்ட பொழுதிலா?

அல்லது

அக்கினி நட்சத்திரம் எரித்த பிற்பாடு
எஞ்சியிருக்கும் முருங்கைக்காய் போன்ற உடலில்
தசையை விட மயிர்கள் எழுச்சி பெற்றிருந்த காலங்களில்
ஓர்மையும் விட்டுக்கொடாமையும்
தோள் துவண்டாலும்
துப்பாக்கியைச் சுமந்தே தீர்வது என்ற உறுதியில்
நடந்த கால்களையா?

அல்லது

மழைத்தாரைகளுக்கு இடையில்
நனையாமல் நளினமாக நடந்து போவது எப்படி என்று
கற்றுத் தந்த நாட்களையா?

அல்லது

வீட்டின் துளசி மாடத்தின் பின்புறம்,
காதலில் செய்யத் தவறிவிட்ட
எல்லாப் பாவங்களையும் நினைவுகொண்டு
காதலியின் அடிவயிற்றை முத்தமிட்டபோது
திருட்டுத்தனமாக எட்டிப் பார்த்த
நள்ளிரவுக் கொள்ளிக் கண்ணனுக்கு
AK47 காட்டிய கணத்தையா?

அல்லது

வன்னிப் பெருங்காட்டில்
ஒருவருமே பெயரறியாத மரத்தின் கீழ்
வெறுங்கையோடு நின்ற உன் தோழனை
அவர்கள் புன்னகையோடு சுட்டுக் கொன்றதைக்
கேள்வியுற்றபோது
உன் முகத்தில் படர்ந்த
ஆற்றாமையின் வரைகோடுகளையா?

அல்லது

அநியாயமான வீரச்சாவை விட
வாழ்தலே போராட்டத்தின் மையக் கண்ணி என்று
இடைவிடாது ஒலித்த உன் குரலையா?

கொலைகாரர்கள் பட்டினத்தைச் சூழ்ந்துவிட்டார்கள்
நண்பர்கள், தோழர்களின் சிதைகள்
ஆங்காங்கே எரிகின்றன
தப்பிச் செல்வதற்கு எஞ்சியிருக்கும் ஒரே பாதையும்
அரை நாளும் இனி இருக்காது

ஆணவமற்றவன்
அங்கதத்தில் திளைப்பவன்
அன்பின் செழிப்பில் அச்சம் தவிர்த்தவன்
சாக மறுத்தவன்—

அன்று பத்திரமாக அனுப்பி வைத்தோம்
அப் பெரும்பொழுதுக்கு முடிவில்லை

கவிஞனை நினைவு கொள்வது எப்படி?

களிப்பும் கேளிக்கையும் தீவிர உரையாடலும் உயிரேற்றிய
அவன் வீட்டு வரவேற்பறையில்
நண்பர்கள் குரல் இப்போது இல்லை
எல்லோரும் தொலைவு கொண்டு போய் விட்டார்கள்
கவிதையின் அந்தரங்கத் தீப்பிழம்பாய்
ஒலி எழுப்பிய மதுக் கிண்ணங்கள்
கரைந்து போய் விட்டன
யார்யாருடைய வீட்டுச் சுவர்களில்
அவனுடைய முகம் அழியா நினைவாகத் தொங்குகிறது
எனத் தெரியாது
அவனை இழந்தபின் ஒரு துளி கண்ணீர்
பெரும்பாறை போலக் கனக்கிறது
விரியாத மயில் தோகைபோல
கவிஞனின் நினைவுகள் எல்லா அறைகளிலும்
மாறிமாறி உழல்கின்றன

சரிதான்
போய்விட்ட கவிஞனைப் போக விடுங்கள்
அல்லது ...

ஆற்றில் நடந்தமை

இரண்டு பட்டினங்களைக் குறுக்கறுத்து ஓடும்
ஆற்றின் ஒருகரையில்
ஒவ்வொரு சொல்லிலும் ஒவ்வொரு மூச்சிலும்
நெருங்க முடிந்தாலும் வருடத் தயங்கும் அத்தனை விரல்களிலும்
ஒரு நினைவு உதிர்கிறது
இன்னொன்று மலர்கிறது

இரண்டையும் தாங்கிக் கொள்ளவும் தூவிச் செல்லவும்
எமது நான்கு கைகளும் போதவில்லை

காற்றின் மலர்களை அலைக்கழிக்கும்
மிகையான இதயத்துடிப்புக்கு
மறுபெயர் என்ன என்பதை
நான் அதிகாலையில் கண்டுபிடிக்கக் கூடும்

தப்பி வரும்போது
பெண்களின் அழுகுரல் தெருவின் இருபுறமும்
விரித்து வைத்திருந்த மாயக் கவசம்
உன்னைக் காப்பாற்றியது என்றாய்.

அந்தத் தெரு அறிமுகமானதுதான்
பழங்காலக் கோட்டையும்
துறைமுகமும் மாநகரும் கலங்கரை விளக்கமும்
புலம்பெயர் யவனர்களும் என ஒருகாலம் மிளிர்ந்தது அது.
வரலாற்றில் துர்க்குறிகளின் தொடர்ச்சி
இருவருக்கும்
வன்புணர்வு தகர்த்தெறிந்தவற்றை
உன் அக ஒளியில் திருப்பிக் காட்டுகிறாய்.
பிரார்த்தனைகளின் வெற்று முகங்களில்
ஒரு சுடர் ஏற்ற முடியாது.

நடக்கிறோம்.
ஆற்றின் இக்கரை
இத் தெரு
வேட்கையும் பிரிவும் கலந்து மின்னும் புன்னகை

மறுகரை
கேள்விக்குறிபோல வளைந்து செல்லும் தெருக்களின்
நடுவில் முளைத்திருக்கும் சிறுபற்றை.
நான் வீசி எறியும் ஒவ்வொரு சொல்லையும்
ஒரு கவிதை தொடர்கிறது
அது யாருடையது என நான் அறியேன்.

பறவை

நிழலுக்கு அஞ்சிப் பகலை
வெறுக்கிறது ஒரு பறவை
அது
இருட்டின் குழந்தை
கறுப்பின் அழகு

நெருங்கி உறவாடும் மலைத்தொடர்களை
ஒற்றைப் பறப்பில் கடக்கும்
வலிமை மிக்கது
ஆனால் சுற்றம் இழந்தது
கண்ணீரற்றது
புயலிலும் உயரப் பறந்து திரிந்து
அலையும் வாழ்க்கையில்
உயிரை எழுதுகிறது.

உயிர்

இசையும் வெளிச்சமும் விரைவும் நிலையாமையும்
இறுக்கமாகப் பின்னியிருக்கும் அறையில்

மருத்துவனின் கையில் இருந்த சிறு கத்தியை
இமைப் பொழுது கண்டேன்

நினைவு மீண்டபோது
ஒருவரையும் காணவில்லை

துளித் துளியாக
குருதிக் குழாய்க்குள் இறங்கும் மருந்துடன்
தனித்துக் கிடக்கிறபோது
என்னுடைய முகத்தைக் காணவில்லை

அதனைத் தேடிக்கொண்டு செல்லும்
அவள் முத்தத்தில்
நனைகிறது
ஒரு உதிரும்
இலை.

அந்திரேசுவும் ஏர்வினும்

அந்திரேசு: பேசாலை, மன்னார்
ஏர்வின்: வெல்லண்ட், கனடா

ஏர்வினுக்கு நினைவு இல்லை
உப்பிய முகத்தின்
மழிக்கப்படாத மயிருக்குள்
இன்னும் துளிர்க்கும் இளமை

செயற்கை மூச்சை உயிர்க்கும் எந்திரம்
அவரது உடலை மூர்க்கத்துடன்
பறை என அறைகிறது

வெறுங்கனவுபோல நிலை கெட்டு அலையும்
திரைச்சீலையில் ஒரு
பழைய குருதித் துளி

வசந்தத்தின் குளிர் காற்று
மருந்தின் நெடி

சாக்குருவியின் குரலுக்கு
ஊர் இல்லை
நாடு இல்லை
நிலம் இல்லை
எனும் சுடலை ஞானத்துக்கு யாரும் பொறுப்பல்ல

அந்திரேசுவுக்கு வெயிலே வாழ்வும் வளமும் பொருளும்
காயா மீனைக் கருக்கும் பகலில் அனலில்
மினுங்கும் உடலுள்
ஆயிரம் பரிவலு

மனைவி, குழந்தைகள், மாமா
அப்பா, அம்மா என
எல்லோரையும் ஏற்றிய வண்டியை இயக்கியது
அந்திரேசுவின் உதிரம்

முதல் எறிகணையில் கால்
மறு கணையில் வண்டி
பத்தாவது வெடிக்கிறபோது

எஞ்சிய இரும்பு வாசனையுடன்
குழந்தைகளைத் தூக்கியபோது
மூன்று இறுதி மூச்சுக்களைப் பார்த்தான்

அந்திரேசு: பேசாலை, மன்னார்

வியர்வைக்கும் மூச்சுக்கும் அவலத்துக்கும்
மொழி இல்லை என்றாலும்
ஏர்வினின் கண் திறந்து மூடுகிறது
வாயில் ஒரு குறுஞ் சிரிப்பு

வதை முகாம்களின் நச்சு வாயுக் கூடங்களுக்குத்
தப்பிப் பிழைத்த
அவர் மூதாதையருக்கு
இன்றுவரையும் சிரிப்பே இல்லை
எனினும் அவரது
கால் அசைகிறது

ஏர்வின்: வெல்லண்ட், கனடா.

போர் விமானங்களில் தலைகீழாகப்
பறந்தவர்
உயிரைக் காற்றுக்கு விற்றவர்

அவரின் இறுதி மூச்சைக் கண்டேன்
மூடாத வாய்; முடியாத கனவு
இன்னும் குளிராத உடல்

தலைமாட்டில் இருந்த மின்னியல் கருவிகள்
நேர்கோடு வரையும் கணத்தில்
“போய் விட்டார்” என விளக்கை அணைத்துவிட்டு
சிகரெட்டுடன் வெளியே போகிறாள் தாதி

மூச்சற்றபோது கிடைக்கும் பெருமூச்சு
எனக்கு

அந்திரேசுவுக்கு?

அம்மாவின் நிழல்கள்

அம்மாவுக்கும் எனக்கும் இடையில்

ஒரு நிழல் வீழ்ந்த கணம்

எது எனத் திரும்பிப் பார்க்கிறேன்

காலம்: வலைப் பின்னல்
நினைவு: பொறி தவறிய கணினி
அன்பு: கோபத்திலும் சாபத்திலும்
பழியிலும் தோயாதது
கண்ணீர்: ஒரு தூண்டில்
காதல்: பெரும் எதிரி

அம்மா. நான்.
மூன்று நிழல்கள்.

ஐந்து வயதில் ஒழுங்கைத் திருப்பத்தில்
ஆட்கொத்திச் சேவல்
என்னைத் துரத்தியபோது
உன் சேலைத் தலைப்பில் ஒளிந்தேன்
என் மந்திரக் கம்பளம் அது

'மழை நாள் இன்று, போகாதே...'
எனச் சொல்லச்சொல்லக் கேட்காமல்
படகேறி அலை புரண்டு
இரவிரவாய்க் கூதலிலே
நடுநடுங்கித் தமிழகத்தின் கரை சேர்ந்தேன்
அப்போது வந்த நிழலா?

முதல் காதல் வந்தபோது
'முதிர் பெண்ணைச் சேராதே,
இக்காதல் கானல் நீர்,
பொறுப்பற்ற இளம் மனதில்
பிறப்பதெல்லாம் வெறுங் காமம்.
விட்டு விடு, விட்டு விடு,
என நீ
மூர்க்கமுடன் கொந்தளிக்க
வந்த நிழலா?

எந்த நிழல் எமக்கிடையே
வந்த நிழல்?

உன்னை எரித்து விட்டுத்
திரும்பி வந்தோம்.
வீடில்லை. வீடென்ற கனவில்லை.

மூன்றாம் நாள்
சாம்பல் அள்ளத் திரும்பி வந்தோம்.
கூட வந்தது நிழல்.

கடலில் கரைக்கிறோம்
அழிய மறுக்கும் நிழல்
உடல் இல்லாமலே
எழுந்தலையும் நிழலுக்கு
என்ன பெயர்?

நினைவிலி

ஒளித்து வைத்திருந்த வதைகூடம் ஒரு சற்சதுரக் கட்டிடம். (தெருவோரம், சற்சதுரக் காணி நிலத்தில் ஒரு வீடும் வளவும் சீதனமாக வேண்டும் என நானும் நீயும் பலரும் வலிந்து கேட்டதை இப்போது மறந்து விடுவோம்.)

யன்னலும் இல்லை. ஒரு துளி வானமும் இல்லை. மழைக்கும் இடிக்கும் மின்னலுக்கும் கட்டிடம் அதிர்ந்ததாக ஒரு குறிப்பும் இல்லை. அது பற்றிய நினைவும் இல்லை. காவல் படையாளின் சிங்களம் விளங்கவில்லை என்று அவளுக்குத் திருப்பிச் சொன்னால் அதற்குப் பதிலாக அவள் தனக்குத் தெரிந்த எல்லாத் தமிழ்க் கெட்ட வார்த்தைகளையும் ஏவுகணைகளாக எறிகிறாள். அவள் சொல்லாட்சியில் எனது கவிதை நேரே கல்லறைக்குப் போகிறது. அவளுக்கு ஒருமை, பன்மை, ஆண்பால், பெண்பால், பலர்பால் என எதுவுமே தெரியாது என்பதில் வியப்பு இல்லை. அவள் நம்பால் இல்லை என்பது சொல்லித் தெரிகிற சூத்திரமும் அல்ல.

எங்களுக்கு முன்னே எங்கள் உணவுத் தட்டில் சிறுநீர் கழிக்கிறாள். குழம்பும் சோதியும் இன்னும் நீராலாகின. அதனைத் தின்னாவிட்டால் உக்கிய இரும்புக் கம்பியால் அடிப்பர் எனத் தெரிந்தும் உணவுத் தட்டின் மீது காறி உமிழ்கிறேன். முட்டாள்தனமும் அகங்காரமும் உணர்ச்சிப் புயலும் சேர்ந்த கொண்டாடப்படாத மாவீரம் இதுவும்தான் என்பது தெரிந்ததே.

இருந்தாலும் இது அவலச்சிறை. சுரிசேறு அல்ல தாமரை மலர்வதற்கு.

நெஞ்சே நினை.

நினைவிலிக்கு வாழ்வில்லை.

கவிஞன் இருந்த அறை

இந்த அறைக்கு எதிர் அறையில்தான்
ஸான்ட்ராவை வைத்திருந்தோம்
மீசை விறைக்கும் உறைபனி
அவ்வப்போது வரும்
காலைச் சூரியன் ஒளி
படர்ந்து அறைக்குள் விரியட்டும்
எனப் பெரிய கண்ணாடி யன்னல்கள்
அவற்றில் எல்லோருடைய பெருமூச்சுக்களும்
மோதி உருவழிகின்றன
எஞ்சி இருப்பவை அதிக நாட்கள் அல்ல
எனத் தெரிந்ததும்
இப்படி அழகான அறைகளுக்கு மாற்றி விடுவார்கள்
மருத்துவம் கிடையாது
பெருவலி நீக்கியாக ஹைட்ரோமோர்ஃபோன்.
அது எழுப்பும் விசித்திரக் கனவுகளுக்கும்
அதிசயக் குழப்பங்களுக்கும்
எல்லைகள் கிடையா

நொடிக்கொரு தரம் நிறம் மாறும் உலகு
மூன்றாம் நாள்,
பின்மாலை.
மிகுந்த சலிப்புற்று
"போய்த் தொலைகிறேன்" என்றபடி
என் பக்கம் திரும்பினாள் ஸாண்ட்ரா
"கொஞ்சம் ச்சிவாஸ் றீகல், ஒரு சிகரெட் கொண்டுவர முடியுமா?"
கொணர்ந்தேன்.
அறைக் கதவை மூடிவிட்டேன்.
யன்னல்களைச் சற்றே திறந்துவிட்டேன்.
இரு மிடறு விஸ்கி உள்ளே இறங்கியதும்
சிகரெட்டைப் பற்றவைத்து அவள் வாய்க்குத் தருகின்றேன்.
கைப்பிடியளவு புகைக்குள் அவள் முகம்
அந்தரத்தில் கலங்கியது.
"என் மகளைப் பார்த்துக்கொள்;
முன்கோபக்காரிதான் எனினும் உனக்காக மட்டும்தான்
உருகுவாள்"

மெல்லக் கண்கள் மூடுகின்றன.
திரையில் ஒரு நேர்கோடு.
தாதியரை அழைக்க
ஒலி எழுப்பும் பொத்தானை அமுக்கிவிட்டு
வெளியில் வருகிறேன்.

மெல்லிய இரும்புத்திரை போர்த்திய முகங்களுடன்
தாதியர் உள் நுழைகிறார்கள்.

2.

இந்த அறையில் கவிஞன் கிடக்கின்றான்
குரல் இல்லை
நேற்று முகத்தில் நிறைந்திருந்தது வேட்கை
இப்போது தளர்வு
மூடாத கண்கள் எனினும் அவன்
யாரைப் பார்க்கிறான் எனத் தெரியவில்லை
முற்றிற்று
புற்றுநோய் எனத் தெரிந்தாலும்
வாழும் விருப்பே எப்போதும் பலமான நோயெதிர்ப்பு
என்பது அவனது மந்திர வாக்கியம்
அந்த அறையில் சான்ட்ராவை வைத்திருந்தது
கவிஞனுக்குத் தெரியும்
இந்த அறையின் முடிவும் தெரியும்
இன்னும் இரண்டாண்டுகளாவது எனக் கடவுளரைக்
கெஞ்சமாட்டான்;
மூச்செழுப்பும் ஒலியோ
திரைச்சீலைகளை அசைக்கிறது
கால்களும் கைகளும் இறுகி மேலெழும் போதெல்லாம்
அறையில் கவிந்திருந்த மௌனம்
துண்டுதுண்டாய் உடைந்து சிதறுகிறது
நண்பர்கள் வந்து உன் தலைமாட்டில்
அமர்கின்றனர். உன் கவிதையை வாசிக்கின்றனர்.

உன் பாடலைப் பாடுகின்றனர்.
உன் கைகளை வருடுகின்றனர்
உன் முகத்திலும் விழியிலும் அசைவு மலர்கிறது என்கிறார்கள்
மருத்துவர்கள் சூனியக்காரர்கள்தான்
இந்த அறைக்குள் அவர்களுக்கு வேலை இல்லை
முற்றாய் மயங்கிய நிலையிலும்
நிலைகுத்தி விழித்திருக்கும் கண்களை
மூட முயல்கிறேன்.
சாத்தியம் இல்லை.
பெரும் அருவி ஓய்வது போல
மெல்லமெல்ல அடங்குகிறது மூச்சு.
விட்டு விடுதலையாகிச் செல்லும்
சிறு புள் மனம்.

வீடு

இருபுறமும் கதவு. எப்போது
மூடும்; திறக்கும் எனத் தெரியாது.
கொடிய நினைவுகளால் கறை படிந்த சுவர்கள்
என்று எல்லோரும் சொல்லக் கூடும்

உண்மைதான்.
எப்போதும். அலைவில்தான் இருக்கிறது
இருப்பிழந்தவர்களின் வீடு
உலகமெங்கும் அவர்களுடைய நிலா ஈரமானது
வீடு இல்லாவிட்டாலும் என்ன?
தொலைவில் மின்னும் அவளுடைய கண்களுடன்
எல்லாக் காலங்களிலும்.
நான் வாழக் கூடும்.

மாயப்பிசாசு

போர் நிலத்தில் அப்பாவைப் புதைத்தார்கள்
அவரை எரித்திருக்க வேண்டும்
அவர் புதைந்த இடத்தில் ஒரு நடுகல்
பிறகு அதுவும் இல்லை
அம்மா பெட்டியுள் வீடு திரும்பினாள்
முகத்தைப் பார்க்க முடியவில்லை
இடது கால் மட்டும்தான் பெட்டியுள் இருந்தது
அதுவே அற்புதம் என்று மற்றவர்கள் பேசிக்கொண்டார்கள்
அவர்களுடன்
கண்ணீரை இரவல் பெற்றுக் கதை எழுதியவர்களும்
ஒரு மாயப் பிசாசும்
நடுவில் அமர்கின்றன

துயரைக் கரைக்க முடியாமல்
காலம் தவிக்கிறது.

அதுதான்

காதலின் மதுக் கிண்ணம்
அதன் விளிம்புகளில் கரைகிறது வானவில்

இயற்கையின் நிறம் மாறுகிறது

சுவையூறித் ததும்பாத முத்தம்
நமது கடந்த காலத்தின் சுடுகாடு

பிரிவதற்கான மணித்துளி இது.
என்ன நடந்தது எனத்
திருப்பித் திருப்பிக் கேட்டுக் கொள்வோம்

உழல்வோம்
அது சிறுபொழுதாகலாம்
பெரும்பொழுதாகலாம்

உண்மை தீயாய்ப் பரவும்
என்ற சொற்கள் நினைவழிகையில்

இருந்தது
நிழலற்றிருப்பது எதுவோ
அதுதான் நமக்கிடையிலும்.

மிதக்கும் வெளி

தனித்திருக்கும்
பாறை

பறவைகளற்ற மின்கம்பிகள்

கைகளும் கால்களும் இல்லாவிட்டாலும்
காதல் சூலுற்றிருக்கும் மனம்

பெயர் தெரியாத ஆயிரம் பறவைகள்
களிக்குரல் எழுப்பும்
உன் கண்

சோளகக் காற்றில் தீர்மானமற்று ஆடும்
உடைந்த கண்ணாடி யன்னல்

வெறுமையின் நீல வண்ணம்
கூட்டுக்குள் பரபரக்கும் காதல் கிளி

இவற்றோடு நான் வந்தடைகிறேன்

மகளே,

ஓம். நான்தான் உன் அப்பன்.
எனது மனம் மின்னல் அல்ல
படர்ந்து உயரும் கொடி.

ஓம்.
முன்பு நான் சொல்லவில்லை.
நான் தான் உன் அப்பன்.
இந்தக் கவிதை எங்கே செல்கிறது
என்பதைத் தேடும் ஒற்றை வழித்தடம்
நான்.

எந்த இடத்திலிருந்து வந்திருக்கிறோம்?

எந்த இடத்திலிருந்து வந்திருக்கிறோம்?
எல்லா இடத்திலிருந்தும் வந்திருக்கிறோம்.
ஒரு பெரும் ஏரி. தொடர் மலை.
முடிவற்ற ஆறு.
வெயில் இல்லாத பாலை.
காற்றில் மிதக்கும் பனி.
வெளியே தெறிக்காத கோபத்தில் எரியும் சொல்.
கறுப்பை வெறுத்தொதுக்கும் உன் காதல்
என
நிலவு குளிரும் வரையும்
நூறு சூரியன் தகிக்கும் வரையும்
ஒரு இடைவெளி.

அதைக் கடந்த பிற்பாடு
வரும் ஞானத்தில்
தெரியும் ஒரு யோனி:

நாம் எல்லோரும் பிறந்த இடம் ஒன்றுதான்.

முடிவு

பெருவிழிகளால் என்னைப் பார்த்தபடி
இப்பொழுதுதான் அவள் இறந்தாள்.
அவளுடைய மனமும் நினைவுகளும்
எங்கே இருந்தன என எனக்குத் தெரியாது.

அவளது மருத்துவமனை ஆடைகளில்
எப்போதும் சிரித்துக்கொண்டிருக்கும் பூக்களை
இப்போதுதான் பார்த்தேன்.

வசந்த காலமும் குளிர்காலமும் அவற்றுக்குத் தெரியாது
எவ்வளவு சிக்கலான மலர்கள் அவை!
அவற்றையும் நீருள் வைப்பார்களா?

நீர் ஊற்ற முன்பே
இறந்தவர்களின் ஆடைகளை அவர்கள்
நீக்கி விடுவார்கள்.

குளிரும் பெட்டிகளில் அவள் உடலைத் தள்ளி விடும்போது
அது வெற்று உடலாக இருக்கும்.
படம் எடுக்கும் பாம்பின் வடிவில் இருந்த
அவள் தோடுகள் எங்கே எனக் கேட்க முடியாது.

மருத்துவமனையின் பயங்கரமும் சேர
எல்லா அவலமும்
உடலின் மாண்பைத் தூக்கி எறிந்துவிடும்

அவளுடைய உடலை
நான் பொறுப்பெடுக்கிறேன்.
உறைந்த உடலிலும்
மென்மையாகக் காற்றில் பறக்கும் கூந்தல்
யாசிப்பது எப்படி என
எனக்குக் கற்றுத் தருகிறது

போய்விட்டாய்.
போய் விடுகிறேன்.

நிழல் முகம்

கொள்வாரற்று
நெல்லிப் பழம் உதிர்ந்திருக்கும்
எங்களுடைய பின் வளவைத் தாண்டி
காற்றில் நகர்கிறது என் நிழல்

கடல், மலை
ஆகாய வெளி கடந்தாலும்
தடுக்கிற கொடிய வெள்ளை எல்லைக் காவலர்,
தமிழ் நாட்டில் வேற்று மொழி பேசும் படை,
எல்லோரையும் கடந்து வருகிறது
என் மின்னல் மொழி பேசும் நிழல்

நிராசையில் உறையும் மனிதர்களைப் புறந்தள்ளி
தியானத்தில் உருகும் அலரிப் பூக்களை மிதித்தபடி
என் நிழல் எழிலியிடம் வருகிறது

“நெடுந்தூரம் அலைந்துழன்று வருகின்றேன்;
நான் கூலி
நான் கள்வன்
ஆயிரம் இதயம் கொண்டவன்
கனவுகளற்றவன்
கழிவிரக்கமற்று உன் நினைவோடு உறவாடுபவன்”

என அரற்றியபடி
ஒற்றைச் சதுர அடி நிலத்தில்
இன்னும் கரையாமல் இருக்கும்
அவளுடைய சாம்பலின் மீது
அமர்கிறது நிழல்.

தூக்கமற்ற என் குருதியைப் பளிங்குகளாக்கி
உங்களுக்கு அனுப்பிய பின்
நான் வருகிறேன்

ஓம், நான் சொல்லுகிறேன்:
எனது நிழல் நிலத்தில் படியாது

அந்த ஒற்றைச் சதுர அடி நிலத்தின் கீழ்
அதிரும் குரலுக்கு மட்டும் தெரியும்

என் முகம்.

ரோஹிங்யாவுக்கும் எமக்கும்

என் குழந்தையைக் கைவிட்டேன்
கடவுளே,
என்னை மன்னியும் என உம்மை நான் கேட்க முடியாது
குழந்தையைக் கொல்வதற்கு மூன்று நிமிடங்களுக்கு
முன்னர்தான்
என் கைகளை வெட்டினீர்கள்
வலியிலும் துயரிலும் ஓலத்திலும் உமக்குக்
கருணை எழாது.
என் குழந்தையின் வயிற்றில்
ஈட்டியை மென்மையாகச் செலுத்தியபோது
என்னை நோக்கி அவன் எறிந்த இளிவரல் புன்னகை
அவர்கள் எல்லோருக்குமான கொடுஞ் சாபமாக
அங்கே இருக்கப் போகிறது என்ற நினைப்பில்
நானும் போய்விட்டேன்.

2.

மெல்லிய ஊதா வண்ணத்தில்
போர்வை அணிந்திருந்த பிக்குணி
சூரியனுக்கு மன்னிக்கத் தெரியாது
என்று சொல்கிறாள்
அவளது பிச்சை ஓட்டுக்குள்
துண்டிக்கப்பட்ட குழந்தையின் கை

3.

றக்கைனில் இறங்கும்போது
நான் மியன்மாச் சாரம் கட்டியிருந்தேன்
நெற்றியில் குங்குமம். சந்தனம் கூட.
“இந்து”வாய் இருந்தால் சிக்கல் இல்லை என்றான்
அன்பன்
நண்பன்.
பௌத்தன்
வழிகாட்டி
–உனது நிறம் இங்கு உவப்பானதல்ல
சிவப்புத் தோலும் இந்துச் சாயமும் இங்கே உய்ய வழி தரும்
என்றாலும் வா, பார்ப்போம்–
என்று சொல்ல நடக்கிறோம்

கனடாவிலும் மண்ணிறத் தோலர்
இருக்கிறார்களா என்றார் தோழர்.

அடுத்த அடி எடுக்க முன்பு
வந்த பௌத்தக் கும்பலிடம்
நான் பங்களாதேசம் அல்ல என நிறுவ முடியாததால்
உயிர் தப்பி
நிறம் காத்து
அடுத்த பறப்பில் திரும்பிச் சென்று
ஆங் சான் சூகிக்கு
ஒரு தாமரை மலரைப் பரிசளிக்கிறேன்.

4.

பசியில் அழுகிற குழந்தைக்கு
ஒரு பிடி சோற்றை (அல்லது ஒரு விசுக்கோத்தை)
உண்ணக் கொடுத்துவிட்டு
அதன் கழுத்தைத் துண்டித்தவனைக் கண்டதுண்டா?
மியம்மாவில், ஈழத்தில், வியட்னாமில், கொங்கோவில்,
காஷ்மீரில், யேமெனில், பலஸ்தீனில், எல்சல்வடோரில்...

அந்த இடம் எனக்குத் தெரியும்

அந்த இடம் எனக்குத் தெரியும்
இப்போது இணையத்தில் உலா வருகின்ற
ஒளிப்படங்களில் இருக்கின்ற அந்த இடம்
எந்த இடம் என இனங்காண நீங்கள் துடிக்கிறீர்கள்

போர்க்குற்ற ஆணையாளர்களின்
வலுவிழந்த தொழில்நுட்பப் பிரிவினர்
கைகளைப் பிசைகிறார்கள்
அவர்களுக்கு வல்லரசு வழங்கும்
செய்மதிப் படங்களில் துல்லியம் இல்லை;
தெளிவு இல்லை;
துலக்கம் இல்லை;
விவரமும் இல்லை
எனக் குழம்புகிறார்கள்

எனினும்,

அந்த இடம் எனக்குத் தெரியும்
அம்மணம்; அவலம்; திகைப்பில் மருண்டு இருண்ட கண்கள்
ஆச்சரியமாய்ப் பெய்த மழையின்
கலங்கிய நீர்
அவற்றையும் எனக்குத் தெரியும்
அந்தச் சேற்றின் நிறம் எனது கண்ணீர்

பாதி அழிந்தும் மீதி மறைந்தும் மங்கலாகத் தெரிகிற
பாலை மரத்தையும் நான் அறிவேன்
இடது புறம்
காயாமரத்தின் கீழ்க் காயாத குருதியின் மணமும்
எனக்குத் தெரியும்

அந்தப் பெண்களை இழுத்துச் செல்லும்போது
அவர்களின் உடலை
உங்கள் தேசியத்தால் உழுத ஆண்குறிகளின்
வேடிக்கைக் களிப்பின் எக்காளத்தின் மீது
ஒரு பிடி மண்ணை வீசுகிறேன்

அந்த இடம் எனக்குத் தெரியும்
தன் மண்வாசனையில் உருகும்
என் ஈரக்கால்களையும் கோபக் கண்களையும் விட
வேறென்ன ஆதாரம் உங்களுக்கு வேண்டும்?

அந்த இடம் எனக்குத் தெரியும்
எனினும்
நான் சொல்லப் போவதில்லை.

படத்திலுள்ள சிறுவர்கள், பெண்கள், ஆண்கள்

படத்திலுள்ள சிறுவர்கள், பெண்கள், ஆண்கள்
யாரெனக் கண்டுபிடிப்பது எங்களுக்கு எளிது
ஒளியின் ரசாயனம்
அவர்களது குரலை எங்களுக்குத் தரவில்லை
பாதி உயிரில் துடிக்கும் உடலின் மணத்தை
அது பதிவு செய்யாது
சூழநின்ற படையினரின் சப்பாத்துக்களை மீறி எழுந்த
ஒரே ஒரு அவலக் குரல்
ஆகாயத்தில் மிதந்த சாக்குருவியினுடையது

சிறுவர்கள், பெண்கள், ஆண்கள்
அனைவரது பெயர்கள் அறிவோம்
ஊரை அறிவோம்
கனவுகள் அறிவோம்;ஏமாற்றங்கள் அறிவோம்
நெருங்கிய உணர்வின் கையறு நிலை அறிவோம்
சினந்தெழுந்தவரின் இறுதிக் கண்வீச்சை அறிவோம்

மற்றவர் அறியா மொழி அது

எனினும்
இவை உங்களுக்கு உதவாது

நீங்கள் அடையாள அட்டையைக் கேட்கிறீர்கள்
பிறப்புச் சான்றிதழைக் கேட்கிறீர்கள்
எழுத்துமூலமான பதிவை வலியுறுத்துகிறீர்கள்

இனப்படுகொலைக்கோ உயிராதாரம் உண்டு
கண்ணீர் எரிந்து உணர்வெழுதும்
நுண் சாட்சியம் உண்டு
கதைகதையாய்க் கொலைகொலையாய்
உறங்காத மொழியிலும் உலராத வரலாற்றிலும் நினைவுகள் உண்டு

தரலாம்.

பெறுவதற்கு யாருமில்லை
சிறுவர்கள், பெண்கள், ஆண்கள்
குருதி, மழை, சேறு.

விரல்

என் சிறு விரலை முதலில் வெட்டினான்

வாள் வீச்சின் வேகத்தில்
வலி தெரியவில்லை

ஒவ்வொரு விரலாக வெட்டி
என் வாய்க்குள் திணித்தபோது
குருதி கொப்பளித்தது
வாயிலும் கையிலும்
மனதிலும்

பிறகு

பல நாட்களாகக் கனவிலும்
குரூர முகமும் வேற்று மொழியும்
படையணித் தலைவன் என்கிற
இறுமாப்பும்

விரலற்ற என் கைகளிலிருந்து
சொட்டும் கண்ணீரில் வளம் பெற
அவன் வெற்றிக்கொடி ஏற்றியபோது
பெருங்குரலில் அலறியது கடற்காகம்

துண்டிக்கப்பட்ட என் விரல்களோ
சிறகுகளாயின.

சீனக் கம்யூனிஸ்ட் கட்சித் தமிழ் விசுவாசியின் ஆனந்தக் கண்ணீர்

நீண்ட படை நடப்பில்
தளராது
நிலைகுலையாது
தலைவர் மாஓவுடன் இருந்த சென் சாங் பெங்
எழுதிய நூலே அப்போது என் வேதம்

புரட்சி
கடல் கடக்கும்போது
தனது கொடூர முகத்தை அகற்றி விடுகிறது
பயங்கரம் வசீகர இழைகளால் மூடப்பட்ட
மல்லிகைப் பந்தலாகிறது
மனோரதியம் வரையும் வண்ணச் சிறகுகளில்
அது மாலைநேரத் தேநீர் விருந்தாக
இலட்சிய மணம் வீசுகிறது
செந்தாமரைக் கண்ணின் குளிர் ஒளியாகிச் சேறும் சுரியும்
சுழிப்பும் சிதறித் தெறிக்கும் காலத்தை மறைக்கிறது

முதிரா இளம் பருவக் கனவுடன்
சிவப்புக் கனைலைக் கவிதையில் எழுப்பினேன்
பொறி பிறக்காத புரட்சியில் கனவு மிரண்டு கலைந்தது.
கலைய
இன்னொரு கனவில் வாழ்வு மீண்டது.
அது மற்றொரு காலடி.
அதன்மேல் வன்மம், கயமை, தியாகம், இழப்பு, மறுப்பு,
எதிர்ப்பு, அழிப்பு
என யதார்த்தம் திரை விலக்கிக் காட்டக்
கட்சியும் இயக்கமும் சுட்டிய திசையில்
காலடி பிசகிற்று.

வெறும் குரலுடன் தப்பி வந்து
புதிய கனவுகளை வார்த்தைகளில் பின்னுகிறபோது
தோழர் மண் – யாங் வழங்கிய
துண்டுப் பிரசுரம் கண்டனம்:

தமிழ்ப் பாசிசப் புலிப் பயங்கரவாதத்தை ஒழித்தபோது
ஒரு சில அப்பாவிப் பொதுமக்களும் கொல்லப்பட்டமை
தவிர்க்கமுடியாத பக்க விளைவே.
வாழிய சீனம்! வாழிய மகிந்த!
வாழிய பாரத மணித் திரு நாடு!!!

காவல் முகாம்

சொல் அறுந்த காலை
புகார் மூடிய தெருவில்
விளக்குகள் இல்லை
கைகளை உயர்த்திக்கொண்டும்
காவல்படை முகாமைக் கடக்க முடியாது

படையாளின் மொழி இந்தி
அவன் விழித்தெழுந்து
முகாமின் சுவரோரம் மூத்திரம் அடிக்கிறான்
அது கங்கைபோலப் பெருக்கெடுத்து
முகாமின் ராமர் கோவில் பக்கம் போகிறது

பிறகு,
கை விளக்கை எடுக்கிறான்
இடப்புறமும் வலப்புறமும் ஆட்டுகிறான்
இருளில் நிலைபெறத் தவிக்கும் ஒளி

குறிப்புணர்ந்து முன்னே செல்கிறோம்
வரிசையில் முன்நிற்கும் சிலருக்கு அடிக்கிறான்
ஒருசில பெண்களின் முலைகளை
எட்டிக் கசக்குகிறான்
அவர்கள் கதறி அழுது சிதறி விலகுகிறபோது
வேறு சிலருக்கு மீண்டும் அடிக்கிறான்
குங்குமச் செறிவில் உழலும் அவன் முகத்தில்
பேயாய்ப் பிறப்பெடுத்த தெய்விகம்

போ என்கிறான்.
போகிறார்கள்.

நாங்கள் முன் நகர்கிறோம்.
என்னுடைய மாமா முஸ்லிம் என
அவனுக்குத் தெரியாது
அலட்சியத்துடன் போ என்கிறான்

எட்டி நடந்து
ரயில் நிலையம் வருகிறோம்
தெற்கே போகும் ரயில்
அதுதான் கடைசி ரயில்.

சுந்தரி

இருபத்தாறு ஆண்டுகள் ஆயின.

நம் முதல் சந்திப்பு
நிகழ்ந்தது
கொழும்புக்கு மேற்கே ஒரு
கடற்கரை
வீட்டில்

அதன் வேலிகளுக்கு அப்பால்
தாழை. அடம்பன் கொடி.
அச்சமும் நாணமும்
சூழ்ந்தாலும்
மோகக் கிறக்கத்தில்
நடுங்கும் காதலர்கள்.
அலைகளின் ஓயாத முறையீடு.

உயிர் தப்பி நிலம் விட்டுப்
பறக்கிற
அவசரமும் அவலமும்
இருவருக்கும்

நமது அறச்சீற்றத்தின்
தீப்பொறி
கடலில் வரைந்த நேர்கோட்டில்
நடந்து
திசை பிறழாது தப்பித்து
ஹேக் பட்டினத்துக்கு
வந்தபோது
காலைச் சூரியனும் மாலைச்
சூரியனும்
ஒன்றென ஒளிர்ந்த காலம்

“கொளுஹதவத்தென்
துன்வெனியாமமட்ட”

என
இசையே என் தாலாட்டு

உனக்கு சுபா பிறந்தபோது
அவளது அழுகையைக் கேட்டேன்
உனது கண்ணீரைப் பார்த்தேன்

நிலத்தையும் காலத்தையும்
வென்ற
ஆகாயத் தாமரைகள்போல
அலைந்தாலும்
சிறகுகள் வலிமை பெற்றன.

அன்பைப் பிழிந்தெடுத்த
உயிர் உனக்கு

கடலும் காடும் வெளியும்
எம்மைப்
பிரித்திருந்தாலும்
இணைக்க என எப்போதும் இருந்தன
கனவுகள்.
“மகன், என்ன ஆளையே காணோம்;
குரல் கேட்க முடியவில்லை
படமாவது அனுப்பு” என
நீ அவ்வப்போது அனுப்பும்
ஒரு மின்னஞ்சல்;
விடுப்பார்வம்
கொப்பளிக்கும் தொலைபேசி
வரிச்செய்தி.

வாழ்வோ குறுகியது
எதை அறிந்தோம்?

–நாம் தவறி வீழ்ந்த
நீர்ச்சுனைகள்
காதலின் பளிங்குகள் அல்ல
கவிதையும் இசையும்
சுதந்திரமும்
பிரிக்கப்பட முடியாதவை
தீயை மிதிக்கலாம்
காற்றை எதிர்க்கலாம்
வாழ்க்கையை இழக்க
முடியாது –

இந்த ஆண்டு மறுபடியும்
ஹேக் நகரில் சந்தித்தபோது
நான் சொல்லாமல் சொன்னது
பிரியாவிடை.
உன்னிடமோ
புன்முறுவலும் ஒரு
கண்ணீர்த்துளியும்.

(சுனிலாவுக்கு)

நிலம்

நெடும் பயணம் சென்றவரை
அவர் குழந்தை அறியா

போன திசை வழியெல்லாம்
புகை மிகுந்து பரவும்

கடல் பிரிந்து வழி தெரிந்தும்
கண்ணீர் அதை நிறைக்கும்

ஒளி இழந்த சூரியர்கள்
உதித்தென்ன ஆகும்?

மாலை வரும். காலை எழும்
மணல் முழுதும். குருதி
கடற்பறவை கொண்டுசென்ற
கைக்குழந்தை உனதா?

கனவுகளைக் கரைத்துவிட்ட
அலை கரையில் நிலவா?

உப்புதிர்க்கும் காற்றினிலே
எரிகின்ற குடில்கள்

ஒப்பாரி மேலெழவும்
உலர்ந்தழியும் குரல்கள்
அவர்
சப்பாத்தின் ஒலிகளிலே
அவலத்தின் களிப்பு

நீலாவணனுக்கு

இருந்த சில நாழிகையில்
வாழ்வோடு எழுந்தது கவிதை

கண்ணா மரங்களின் கீழ்
மதியச் சூரியன் விழுந்தபோது
எழுந்த அலைகளில்
துயிலும் இசையை மீட்டி எடுக்கிறாள்
தேம்பி அழும் ஒரு காதலி

புகைத்து முடியாத ஒரு சிகரெட்டை
பாலத்தின் கீழ் வீசும்போது
பறக்கும் பொறி

நீ போன பிற்பாடும்
திரும்பித் திரும்பி வரும்
கவிதை

பெயர்

அடுத்தடுத்து மூன்று தெரு விளக்குகளைக் கடந்து செல்ல வேண்டும்
அதுவரையும் இருள்தான்.
அதற்கு அப்பால் தெரு மூன்று கிளைகளாகப் பிரிகிறது
ஒரு தெருவைச் சூனாவெட்டித் தெரு என்கிறார்கள்
இன்னொன்றின் பெயர் மார்கழிப் புட்டம். அடுத்த தெரு
உனை நீ புணரி.
பொங்கும் மென்மலை உன் மார்பு என்பது
கிழக்கே போகும் தெரு. அதனைத் தொடர்வது
அவன் குறி ஓடும் தெரு.
ஊர்த்தெருக்கள் இயற்கையின் பெயர் சூடிய காலம் ஒன்றிருந்தது
வரலாற்றை வங்கிகளும்
அரசியல் சிறுக்கரும் திருடிவிட்ட பிற்பாடு

மிஞ்சியவை இவைதான்.
நிலமும் இல்லை
நிலக்காட்சியையும் பகட்டு மனிதர்
துடைத்தழிக்கும் காலத்தில்
நான்
ஒரு காலிழந்த சிட்டுக் குருவி
வேரில் பழுக்காத பலா.

கவிஞர்கள்

வழமை அதுதான் என்றாலும்
இறப்பின்போது ஒருவரை
போய் வாருங்கள் என்று சொல்ல முடியாது
அது எல்லோருக்கும் தெரியும்

சாவைக் கொண்டாடிய காலத்திலிருந்து
தப்பிப் பிழைத்திருப்பவன் நான்
ஆச்சரியம் இல்லை

கவிஞர் புகழ் பாடுபவர்களுக்கு
அவலங்களும் பழைய படங்கள்தான்

நான் செத்திருந்தாலும்
எனக்காகத் தீயில் குளித்துக் கரையேற
ஒருவரும் இருந்திருக்க மாட்டார்கள்

இருந்தாலும் என்ன?

குருதியும் வலியும் தெரியாமல்
நமது கவிஞர்கள் ஆண்டாளைப் பாடுகிறார்கள்
ஆழமற்ற கிணற்றில் விழுந்து
தற்கொலை செய்துகொண்ட கவிஞர்களுக்கு
கோபுரம் எழுப்புகிறார்கள்
துப்பாக்கியின் வாசனையில் புரட்சி செய்து விடலாம்
என நம்பிய கவிஞர் பெருமானை
என்ன செய்தார்கள் எனத் தெரியவில்லை

நடுத்தெருவில் பட்டாடையில்
கோவணம் கட்டி உருளுகிற கவிஞர்கள்
எழுதுகிற பிறந்தநாள் வாழ்த்துக் கவிதைகளில்
அம்ம, என்ன மொழி இது?

மனிதனா? கவிஞனா?
வேண்டாம்.
தெய்வம் இல்லையேல் பிசாசு என்பதுதான் சரி என்கிறார்கள்.
தெருச் சுவரில் சாணம்
கரித் துண்டில் காலம்.

தோழர் நிக்கொலாய் புக்காரினுக்கு

கூடலில் உயிர் தத்தளித்துப் பித்தெடுக்கும்
பெரும்பொழுதில்தான்
உனக்கு நிறைமொழியில் கவிதை வாய்க்கிறது

நீயும் நானும் அவளும் கூடும்
காட்டுக் கணம் அது
எங்களுக்கு அப்போது குழந்தைகள் இல்லை
கனவிலும் எழாதது அது

நாங்கள் முழு மாந்தர் அல்லர்

கசந்துபோன புரட்சியின்மீது
எஞ்சியிருக்கும் காதல் அபத்தமானது
அதை உனக்குச் சொல்ல முடியாது

முட்டையை உடைக்காமல் முட்டைப் பொரியலைத் தா
என நான் உன்னிடம் கேட்கவில்லை
உங்களுக்கு உருளைக் கிழங்கைக்கூட என்னால் தர முடியவில்லை
நாங்கள் தந்த கிழங்கையும் வான் கோ சாப்பிட்டுவிட்டான்

இப்போது
நாங்கள் வோட்காவில் பெருமூச்சு எழுப்பலாம்
உனக்கும் எனக்கும் அவளுக்கும்
பொதுவாக இருப்பது புணர்ச்சி மகிழ்தல்
அதற்கிடையே சோவியத்தின் ஐந்தாண்டுத் திட்டத்தைக்
கொண்டு வராதே

தோழர் புக்காரின்,
இது முக்கியம் உமக்கு லரீனா அவளை நேசியும்.
அவள் மாண்பு மிக்க புதிய சோவியத் உழவு எந்திரம் அல்ல
விண்வெளியை ஊடறுத்துச் செல்ல
நீங்கள் அனுப்பிய பெட்டை நாயும் அல்லள்

என்ன ஆச்சரியம்!
எனக்கும் உமக்கும் ஒரே நேரத்தில்
காதல் மலர்கிறது. என்றாலும்
நீர் சோஷலிஸத்தில் பெருகிப் பரவும்
கூட்டுப் பண்ணைகளைப் பாடுகிறீர்

கொடி பறக்கிறது
சிவப்பு ஆட்சியின் வண்ணம் கொலை நிறம் என்பதும்
உமக்குத் தெரிகிறது

காற்றையும் திசை மாற்றலாம் என்று மாயாகோவ்ஸ்கி பாடுகிறார்
அதனை வழி மொழிகிறார் ஸ்டாலின்
உமக்கு நம்பிக்கையில்லை எனினும்
உயிர் முக்கியமல்லவா?

எனக்குத் தெரியும் தோழர்.
உங்களில் கோபம் இல்லை.
கோபப்படுவதற்கும் நான் யார்?
எழுதிய சொற்களே சவப்பெட்டியாக மாறும் காலம்
இன்னும் முடியவில்லை

உங்கள் கவிதைகளிலும் எனக்கு
வெறுப்பு இல்லை

தூக்கு மேடைக்கு உங்களை இழுத்துச் சென்றபோது
செங்காவலர்கள் புன்னகை செய்தார்களா என
எனக்குத் தெரியாது

உங்களுடைய அச்சமும் இருளும் அவலமும்
உடைந்த இதயமும் கிழிந்த கவிதைகளும் தெரியும்:

லரினாவுக்கும்
எனக்கும்.

பிரியாவிடை

இந்தப் பெரிய இடம் முழுதும்
உன் கால்கள்
என்றும் நடந்து திரிந்ததனைக் கண்டுள்ளேன்

கல்லூரி வாசல்
வாசல் தொடர்ந்து வளைந்து செல்லும் பாதை
அதன் ஒருபுறத்தில் பூச் செடிகள் (நீ நட்டவை)
மறுபுறத்தில் வகுப்பறைகள் (நான் இருந்தவை)
அசோக மரம், பெரிய மணிவாழை
இலையற்றுப் பூச் சொரியும் ஐப்போமியா லியாறி

அவற்றைக் கடந்து சென்றால்
வரிசை என வரிசை என மாமரங்கள்
அவற்றிடையே ஆடுகிற மென்காற்று

அந்தப்புறமாக அந்தப்புரம் இருக்கும்
அதை அடுத்துக் கோயில் மேலும் வகுப்பறைகள்
திறந்த வெளிமேடை என் ஒரு சுற்று நடையில்
நீ திரும்பிவர
கூடிவரும் காலை வெய்யில்

இது கல்லூரி மட்டும் அல்ல
உன்னுடைய கூடு
இதை விட்டு எங்கு போவாய்?

பொன்னை இது பொன் என்று
போற்றத் தெரியாதோர்
மின்மினிக்கும் வெள்ளிக்கும் பேதம் அறியாதோர்
தென்னை மரத்தைக் குளிர் நிலவில் ஓலைகளைப்
பின்னி அது சுழற்றும் பேரழகை

இன்னும் இன்னும் உண்மைகளை
ஓயா உழைப்பை
உலகத்தில் நல்லவையே செய்ய என
நாளும் நடப்பவரை
ஏன், உன்னையும்தான் இந்த உலகம் விரும்பாது

“உனை நீ அறி” என்று
ஓதத் தெரிந்தவர்க்கு
உன் ஆழம் தெரியவில்லை
பாசாங்கும் பொய்மையும் போலிப்பட்டும்
கோலோச்சும் காலம் இதுவன்றோ?
இங்கே. உனக்கென்ன இடம் உண்டு?
நிறுத்தி விடு. உன் நடத்தல்களை
சென்று வா. உனக்கான உலகம்
வெளியே விரிந்து கிடக்கிறது.

தாத்தாவின் கஞ்சாச் செடி

முன்னொரு காலத்தில்
வீட்டுத் தலைவாசலின் வலதுபுறம்
பாதி சிதைந்திருந்த சுவர் ஓரமாக விரிந்தது
தாத்தாவின் ஒற்றைக் கஞ்சாச் செடி

அதன் மருங்கே
ஓராயிரம் உடைந்த நினைவுகள்
ஒலிக்கும் கனவுகள்
புகை அடர்ந்த போதையில்
உரு அழிந்து ஆத்ம வெறி கிளரும்

தமிழும் நாயன இசையும்
இடையிடையே குறுக்கிடும் இருமலும்
தாத்தாவின் ஒளி அரைப்பார்வையும்
வளர்த்தெடுத்த செடி இருந்த இடத்தில்
பிறகு,
அம்மம்மாவின் கனகாம்பரம், செவ்வந்தி, சிறுகள்ளி
அப்பா நட்டது கமுகு
அம்மா இட்டது மல்லிகை
அவை போய்விட்டன

வெற்று நிலத்துண்டு
அதன் பெருமூச்சின் மேல்
இடம்பெயர்ந்தோர் வீசி எறிந்த இரங்கல் பா
படை நடந்த சப்பாத்தின் கொடும் பார்வை

பதினைந்து ஆண்டுகளுக்குப்பின்
கஞ்சாச் செடி இருந்த இடத்தைப் பார்த்தேன்
பெயல் நீரற்ற செம்மண் குறுகிச் செத்த
ஒன்றரைச் சதுர அடியில்
சில் இழந்த நடைவண்டி
மல்லாந்து கிடக்கிறது
குழந்தையின் அழுகை இல்லை
உள்நுழைய முடியாமல் அந்தரத்தில் மிதக்கும் என்
கால்.

தாலாட்டு

காலற்றவளின்
ஒரு கையில் குழந்தை
மறுகையில் கணவனின் துண்டிக்கப்பட்ட தலை
தொடைகளுக்கு இடையில்
வன்புணரும் படையாளின் துர்க்கனவு

ஓலமிட மனிதரற்றுப் புகை மண்டிய ஊர்ப்புறத்தே
பசி. தாகம். விரக்தி. குரல் கரையும் குருவி.
வாலற்ற நாய். வெறுப்பில் மிதக்கும் காயா மரம்.
புழுதியில் அலையும் இலவம் பஞ்சு. இமைப்பொழுதில்
அற்ற குளம். கடம்பு உதிரச் சிவந்த
நிலம்.

அலையடிக்கும் காற்றில்
அகல் விளக்கு சிந்தும்
ஒளித் துளியில்
குழந்தைக்கு ஒரு தாலாட்டு.

போதி

நிலைக்க மறுக்கும் பொய்யில்
ஆட்சி அமைக்கும் தேசிய வேட்கையில்
மிஞ்சுவது சவப்பெட்டியின் கனவு

துஞ்சாத கண்ணின் போதையை எழுதத்
துப்பாக்கி முனையில் நீ கொணர்ந்த கவிஞன்
அவலக் குரல் எழுப்பி
மீனவர்களின் படகுகளைக் கவிழ்த்த பெரும் வாடைக்காற்றில்
கரைந்து போனான்

அட்ட திக்கும் கெட
வெற்றிவிழாவில் கடல் நோக்கி நீ அனுப்பும்
பீரங்கிக் குண்டுகளில் எழுதப்பட்டிருப்பது:
துக்கம், துக்க காரணி, துக்க நிவாரணம்.

சசிக்கு

சீரற்றுக் குலைந்த இதயத்தின் பெருந்துடிப்பு
மூன்றாம் யாமத்தில் என்னை எழுப்பியபோது
முகமும் நினைவும் வியர்வையில் நனைய
தலைமாட்டில் எப்போதும் இருக்கும்
நைட்ரோகிளிசரீனைப் பற்றுகிறேன்
அது சிவப்பு நிறம்
சசி,
உன்னுடையதும் சிவப்பு நிறமா?

நேற்றிரவு
தூரத்தில் இரைகிற கடல் இல்லை
வியப்பு இல்லை
பரல் கற்களின்மீது சொற்களற்றுப் புரண்டு
செல்லும்
சிற்றாறு இல்லை

கலவி முடிந்த பின்
தூக்கத்தில் துவண்டிருக்கும் அவள்மீது
நீ வீசி எறிந்த சாரம்
கவிதைக்குள் ஒளிந்துவிட்டது
மகனின் இருமல் நின்றுபோய்
நீண்ட நாளாகிவிட்டது

அவனைக் கொண்டுபோன காற்றும் நெருப்பும்
உன் வாயிலுக்கு வராது

படையினர் மட்டுமே கேலிச் சிரிப்புடன்
அலையும் நடு இரவில்
மெல்லிய சாராய மணத்துடன்
தெருவில் இருந்து
ஒழுங்கைக்குள் திரும்புகிறது
ஒரு சைக்கிள்

அதில் நீ இல்லை.

உப்பு முத்தம்

பிற்பகலைப் பாடாமல்
இருக்க முடியவில்லை
துயரம் பிழியும் குரலுடன்
பாலைவனத்தில் அலைபவன் பாடகன் அல்லன்
அவனுடைய நடைபாதையில்
வெயிலின் பளிங்குக் கண்ணீரும்
பட்டிப் பூவும்
வழிபட வா என அழைக்கும்
பள்ளிவாசலின் அமுதக் குரலில்
ரூமியின் கவிதையின் கனிவு
அவற்றை விட்டுவிட்டு
பனிப்பாறையில் நொருங்கும் கப்பலில்
வீடு திரும்புகிறேன்
வீட்டின் முன் தெரு
பனியில் தோய முன்பே
உப்பை வீசிச் செல்பவன் யார்?
பகலில்
எல்லாத் தெரு விளக்குகளையும்
அணைத்தவன் கடவுளா?
விசித்திரமான எமது படுக்கையில்
காதலின் ஈரலிப்புடன்
வெப்பம் ததும்பினாலும்
அவிழ்ந்த கூந்தலுடன் திருப்பிப் படுப்பவள்
திருப்பித் தரும் உப்பு முத்தத்தை
எப்படி அழைப்பது?

எஞ்சி இருக்கும் சொற்கள்

அந்தக் கவித்தொகையை எழுத
என்னிடமிருந்த எல்லாச் சொற்களையும் கொட்டிவிட்டேன்
எனும் ஆயாசத்துடன்
வெள்ளித்தடம் நிலவில் இருந்து
கீழிறங்கி வருகிறபோது
அதன் கூடவே வந்தேன்

பனிப்பொழிவு வழியைத் திசை திருப்பியது
அது மொழியின் வழி அல்ல

எதிரே
சவப்பெட்டியுடனும்
நச்சு ஊசியுடனும் பொருளற்ற புன்னகையுடனும்
ஒருவர் வருகிறார்

உங்களுடைய கனவுகளுக்கான காலம் கனிந்துவிட்டது
என்கிறார்
வெடி ஒலியும் மறத்தின் வாசனையுமில்லாத காற்றை
உங்களுக்குத் தந்திருக்கிறேன்
என்கிறார்

அந்த வார்த்தைகளைவிட அற்பமானவை
வேறு ஏதாவது இருக்க முடியுமா?

சுடலையில்தான் தொடர்ந்தும் வாழ்கிறோம்
எனினும்
சுடலை மறக்க முடியாது
எனச் சொல்லும்போது
எல்லாப் புறமும் சொற்கள் எழுந்தன.

பொன்மீன்

பொன்மீன் உருகி அழும் சிறு வெளியில்
காற்றுக் குமிழிகள், நீர்த் தாமரை, சிப்பி, சங்கு, சோகி,
நுனியில் வளையும் மெல்லிதழ்க் கடற்சாதாழை, கடற்குதிரை
எல்லாம் அசையும்

மகளின் ஏழு கைப்பிடி நீருலகம்.

பள்ளி செல்ல முன்பு கண் இமைக்காமல்
கொஞ்ச நேரம் அதைப் பார்க்கிறாள்
அக்கணம்
வியப்பிசைக்குறியின் முன்மாதிரி அவள்

கடற்குதிரை இரண்டாயிரம் குட்டிகளைப்
பெற்றுத் தள்ளுகிறது
அதன் உடலின் அதிர்வுக்கு
எந்தப் புவி அதிர்வும் ஈடில்லை
மூலையில் பதுங்கிய பொன்மீனின் வால்
விசித்திர நர்த்தனம் புரிகிறது

மாலையில் திரும்பி வருகிறாள்
தனது சாவிற்கு இரண்டு மணித்துளிவரையும்
பொன்மீன் சிறகடிப்பதைப் பார்க்கிறோம்.
நீரில் நனைந்த வண்ணத்துப் பூச்சியின் இறகு மாதிரி
மிதக்கிறது பொன்மீன்

கார், கூதிர், பனி, இளவேனில் என
எல்லாக் காலங்களையும் தனது இலைகளால்
வரைந்து காட்டும் தெருவோரத்து ஒற்றை மரம்போல
ஆயிரம் படுகொலைகளின் கனம்
ஒரேயொரு சாவிலேயே அவளுக்கு.

ஐயோ

கிணறு தரும் குரலாக வருகிறது
இச் சொல்.

தெரியும்.

ஓராயிரம் குழந்தைகள்
போதையில் வழி தவறிய கலைஞர்கள் நூறுபேர்
மோகக் களிப்பில்
ஊரறியாமல்
கிடுகு வேலியைத் தாண்டும்போது தவறி விழுந்தோர்
என
மாரிக் கிணற்றின் சாவின் படலம்

இருபத்தேழு ஆண்டுகள் முன்பு
மூன்று இந்தியப் படையினர்
அந்த வீட்டுக்குள் நுழைவதைக் கண்டேன்
ஐந்து வயதுக் குழந்தையை இழுத்துக்கொண்டு
வெளியே ஓடிவந்த பெண்ணை
இரண்டு படையினர் அழுத்திப் பிடித்தனர்

பெரும் அழுகுரலுக்கிடையிலும்
குழந்தை மூன்றாமவனுக்கு முகத்திலறைந்தது.

அவனுடைய முகமும்
நெற்றியில் கலைந்திருந்த இருந்த குங்குமப் பொட்டும்
தெளிவாக
இப்போதும் நினைவில் உள்ளது
கடைவாயில் கசிந்த குறுஞ்சிரிப்பு
அழுக்கேறிய காலணியில் விழ
குழந்தையை ஒரே கைவீச்சில் பறித்தெடுத்து
அருகில் இருந்த பங்குக் கிணற்றுக்குள் வீசினான்

குரலற்றுப் போன கிணறு.

ஆளற்ற தனித் தீவில் அழியாத காலடியும் எழுதாத கவிதையும்

பின்னிரவில்
குருதிக் கிண்ணங்களுக்குள்
வாழ்வின் மதுவையும்
சாவின் அழைப்பையும்
புன்னகையோடு ஒன்றாக வார்க்கிற கவிஞனை
உங்களுக்குத் தெரிந்திருக்கும்

இல்லை.
நீங்கள் ஊகிக்கிற கவிஞன் அவன் அல்லன்.

இதுதான் இறுதி விருந்து என்பதை
ஒருவரும் சொல்லவில்லை
மதுக் கோப்பையுடன் எந்தக் கடவுளரும் நடுவில்
அமரவில்லை
சசலப்பும் இரைச்சலும் இல்லாமல்
எந்தக் கொண்டாட்டமும் இல்லை
சமையலும் மையலும் தேர்ந்த கவிஞனை
எவரும் ஏமாற்ற முடியாது
நெருப்பும் நீருமில்லாமல் அவன் ஆக்கிய ஊண்
உங்களுடைய இதயத் துடிப்பைப் போன்றது

அப்படித்தான் இருக்கும் என்பது தெரியும்
எனினும்
"எல்லா இறப்புகளும் கடந்து போகின்றன"
என்று சிறப்பறியா முகநூல் குறிப்புகளைப்போல
மறந்து போய் விடுகிறோம்.

செழி,
'அக்கறை, வரலாற்றில் இல்லை;
வரலாறாவதிலும் இல்லை;
வாழ்வதில்தான்"
என நீங்கள் சொல்லிய கணம் நினைவில் வர மறக்கிறது.

உயிர் தப்பி
யாழ்ப்பாணம் கத்தோலிக்க அச்சக வளாகத்துள் ஒளித்திருந்து
வெளியேறிய போதாக இருக்கலாம்.
அல்லது தொறொன்ரோவில்,
காலணிகளுக்கான அருங்காட்சியகத்தின் எதிர்ப்புறமாக
கண்ணீரும் தண்ணீரும் சேர்த்துப் பருகும்
நமது பழைய கோப்பிக் கடையிலாக இருக்கலாம்.

இருவருடைய மணிக்கட்டும் கைவிரல்களும்
அளவில் ஒன்றாக இருந்த காலம் கரைந்துவிட்டது

குருதிக் குழாய்களில்
தொடர்ந்தும் மின்னல் பாய்ந்துகொண்டிருக்கிறது

அகக் காயங்களில்
எப்போதும் கனன்றுகொண்டிருக்குமே தீ?
அதற்கு ஓய்வு வழங்க முடியுமா நம்மால்?

வாழ்க்கையும் காலமும் இன்று
இருளைப்போல கூர்மையானவை;
உருக்குலைந்த ஈரல் போலத் தத்தளிப்பவை.

உங்களுடைய சிதையில் ஏற்றப்படும்
ஒவ்வொரு கட்டையும் ஒவ்வொரு நிறம் பெறுகிறது
என்பது எல்லோரது கனவாகவும் இருக்கட்டும்.

(செழியனுக்கு)

யாழ்ப்பாணப் பல்கலைக் கழகம்

கே என்று அழைக்கப்பட்ட கே.கேயை
நான் மறக்க முடியாது

கொன்றவரும் அவர்.
கொல்லாமல்விட்டவரும் அவர்தான்.

பல்கலைக் கழக நுழைவாயிலின் அருகே
சந்திக்கிறோம். இருள் சூழ்கிறது.

காதலர்கள் வளாகத்தை விட்டு
வெளியேறுகிறார்கள்.

உலகத்தைத் தாங்கியிருப்பது தனது ஆண்குறிதான்
என்ற வெற்றுச் சுக்கிலக் கனவில் உழலும்
பல்கலைக் கழக வாயிலோன்
வளாகத்தின் எல்லாப் பெருமரங்களின் கீழும்
விளக்கொளியைப் பாய்ச்சுகிறான்.
வித்தியானந்தம் அது என்பதே அவன் துணிபு.

அசோக மரத்திலிருந்து அயர்ச்சியுடன்
கீழிறங்குகின்றன இலைகள்
அவற்றைப் பாராது
நானும் கே.கேயும் பேச்சுவார்த்தை நடத்துகிறோம்
இணக்கம்.

பிற்பாடு
கொல்லப்பட்டவரின் மண்டையோட்டையும் எலும்புகளையும்
தேடிச் செல்கிறோம்.

அதுதான் வழி.

நல்லூர்

நல்லூர்க் கோவிலின் பின்புறத்தைப் பதினெட்டு ஆண்டுகளின் பின்னர் பார்க்கிறேன்.

இந்த இடத்தில்தான் கொல்லப்பட்ட சிங்களப் படையினரைக் காட்சிக்கு வைத்திருந்தனர். இந்த இடத்தில்தான் முருகன் கந்தனாகவும் கந்தசாமியாகவும் கந்த ஸ்வாமியாகவும் ஸ்கந்தாவாகவும் உருமாறிய அற்புதம் நிகழ்ந்தது. இந்த இடத்தில்தான் சப்பாத்துக் காலுடனும் துப்பாக்கியுடனும் புன்முறுவல் சூழ நடந்துவந்த திலீபனை கண்டேன். இந்த இடத்தில்தான் கொல்லப்பட்ட உடல்களின் வாசனை எழுப்பும் பயங்கரம் எனக்குத் தெரிந்தது.

"ஓம். விக்டர் போய்விட்டான்"
சொல்கிறான் திவீபன்.
இப்போது
பறவைக் காவடியும் புழுதியில் உருளும் பக்தர்களும்
நமது கண்காட்சியும்.

அஞ்சலி

பழைய காயங்கள். புதிய தெரு.
நடைபாதை இல்லை. குருவிகள் இல்லை.
வெய்யில் காலத்து அதிகாலை.

போரில் வெற்றியைக் கொண்டாடும் நினைவிடம்.
அதன் மேல்
இரவிரவாக உதிர்ந்த இலைகளைக்
கூட்டி ஒதுக்கும் படையாள்.
அவனுடைய பெருங் கொட்டாவி.
உள்வாசலில் சிறுநீர் பொழியும் இரு நாய்கள்.

புதைகுழி

ஏன் தெரியாது என்று கேட்க வேண்டாம்
ஏன் மறந்தீர் என்று கேட்க வேண்டாம்
ஏன் எழுதவில்லை என்றும் கேட்க வேண்டாம்.
அவரவர் நினைவு அவரவர்க்கே

சாட்சியமற்ற வெளி.

நிலை

எனது கடலோரமாகவும் கரைகளிலும் அலைகிறது
ஒரு சிங்கள எழுத்து.
கோவிலின் பிற்புறம்
ஒரு சாராயக் குடுவையின் மேல் அது தரை இறங்குகிறது.
கடலோடிகளின் கொண்டாட்டம்.
கைக்கூலியில் உயிர்வாழும் காவல்துறைக்காரனின்
தோளில் அமரும் ஒரு புத்தர் சிலை.

அறம் பாடியது

நெல்லும் உயிரல்ல
நீரும் உயிரல்ல
முல்லை நிலத்தில் அலைந்து உழன்றவரை

கொல்லும் எறிகணைகள் கூட்டாக வீசியவன்
மன்னாதி மன்னனென
மார்தட்டிக் கொள்கின்றான்
எண்ணிக்கை யாருக்கு வேண்டும்?

மொழியால் அமைந்த நிலம்
எனச்
சங்கத் தமிழோடும்
செம்மொழியின் வனப்போடும்
புதைகுழிக்குள் போனவர்கள்
நாங்களன்றோ?

குழந்தைகளின் மென்கரத்தை
அரிந்து
நெருப்பில்
எறிந்தவனுக்குத் தாம்பூலம் தந்து
தாலாட்டுப் பாடி
கால்கள் வருடி
தலைமயிருக்கு நிறம் தீட்டி
அவன் பேழ் வயிறை வழிபட்ட

அப்பாலும் அடிசார்ந்தார்
இப்பாலும் இருப்போர்கள்
முப்பத்து முக்கோடி படையினர்கள்
எல்லோரும்
பட்டழிவதன்றி

வேறென்ன கேட்கும்
என் கவிதை?

கவி

கவிஞன் ஒரு கொடுந்துயர்
அவன் தோல்விகளின் குருதிப் பாடல்
பாட முடியாதவனுக்கும்
பாட மறுப்பவனுக்கும்
பாடல் வராதவனுக்கும் இடையே
இறப்பது
கவிதையா,
குரலா,
காதலா,
காலமா எனத் தெரியாது

நம் வாழ்வை இசைக்குள் அடக்க முடியாது
அற்புதமான என் கவிதை
பிறந்த மறு கணமே
சுடலைக்குப் போகிறது
நூறாண்டுகள் கழித்து
அது புகழ் பெருகி மீண்டும் வருகையில்
கவிஞன் இல்லை

நிறைவற்றது கவிதை
எப்போதும்.

எனக்கானது

எல்லா இடங்களிலும்
எல்லாச் சொற்களிடையேயும்
எல்லா முத்தங்களிடையேயும்
ஒரு சிறு இடைவெளி உண்டு
எதுவும் உதிரவும் உறையவும் மறுக்கும்
அங்கு
நான்

இசை

சம்ஸா தூக்கத்திலிருந்து விழித்தெழுந்தபோது
கரப்பான் பூச்சியாக மாறிவிட்டிருந்தான்
என்பது பழைய கதை

பூச்சி
தனது ஒளியூடுருவும் செட்டைகளை விரித்தபோது
கவிஞனாக மாறிவிட்டிருந்தது

கவிஞனின் நாக்கு நான்கு புறமும் சுழல்கிறபோது
நான்கு வகையான கவிதைகள் உதிர்ந்தன
அவற்றில் பாடல் எது?
சிந்து எது?
செய்யுள் எது?
கவிதை எது?
என்ற குழப்பத்திலும்
அவற்றை எழுதுவது என்ற பாசாங்கில்
அவன் வன்புணர்ந்த பெண்களின் கொடுங்கனவிலும்
அவன் மீண்டும் பூச்சியானான்

துயரம். வலி.
கவிஞனுக்கு அல்ல.
அவலம் கவிஞனுக்கு வரக்கூடாது
எனச் சொல்ல முடியாது.
கவிதையைக் கஞ்சா மாதிரி விற்க முடியுமோ?

அப்போதுதான் தேவனின் தூதுவராகவும்
இசையின் ஞானப் பிழம்பாகவும்
    –மொட்டைத் தலை, குட்டைத் தலைமுடி
    பொட்டுத் திகழ் நெற்றித் திருவடி
    பெட்டைத் துணை விட்டுத் தொலையென
    மிக ஓதி –
அகங்காரத்தின் அழிய மறுக்கும் வண்ணமாகவும்
ஒரு கொள்ளிக்கண்ணன் முன் வருகிறான்.
கப்பங் கிழங்குபோல அமைந்திருக்கும்
அவனுடைய விரல்களில்
அற்புதமான ஒலி. இன்பம்.

நான் எழுதும் ஒரு பாடலை அல்லது கவிதையை
அல்லது ஒரு சொற்கோர்வையை
இசையாக மாற்றிவிடு
என "யோனியாலும் ஆண்குறியாலும் பலர் இரக்கிறார்கள்"

இரக்கத்தில் எதுவும் விளையாது.

ஒன்றில் *Fake.*
அல்லது *Fuck.*

உதிரா இலை

நிலவின் ஒரு துளி மாலைக் குளிரில் சிந்தியபோது
உதிரும் இலைகளின் கவிஞனாக மாறினேன்.
முடிவற்ற வனங்களில்
எண்ணற்ற நிறங்களில்
காலம் இந்தத் தெருவைக் கவிஞனாக்குகிறது

ஒரு மரம்.
ஒரேயொரு மரம்.

வேரில் நான்.
துயர் ததும்பும் முகத்துடன்
இலையில்
நீ.

தேற்றம்

அஞ்சனிக்கு

கவிதை படர்ந்திருக்கும்
வெள்ளைத் தாள்களை
மிதிக்கும் மென்கால்கள்
கிழிக்கும் பிஞ்சு. விரல்கள்

சொற்களை விடச் சிரிப்பே வனப்பு
எனும் அரிச்சுவடி

கதவோரம் காலனை
ஒற்றை விரலில் எற்றிச் சுழற்றும்
அமுத முகமும்
மழலை ஞானமும்

எல்லோனுக்கு

பயலே,
ஓய்வுக்கும் மறுபெயர் புயல்
நடந்தால். கால் மேலே
பறந்தால். ஏரிக்கரையின் பறவைக் கூட்டங்களின்
கூச்சலில். புன்சிரிப்பு

கனவுகளை விரட்டுகிற. தூக்கம்

சப்பாத்துக்களை வெறுக்கும்
உன் கால்களுக்கு. என் வணக்கம்

குருதித் திரை. தரும் தொலைக்காட்சிக்கு
உன் பரிசு: அழுகை

பார்வை

சேரன் தனது ஏழு வயதில் எழுதிய 'புத்தம் புதிய அத்திசூடி'யைப் படித்து ஆச்சரியப்பட்டவன் நான். இன்று சேரனுக்கு அறிமுகம் தேவையில்லை. உலக அளவில் அறியப்பட்ட கவிஞர். உலக மொழிகள் பலவற்றில் அவரது கவிதைகள் மொழிபெயர்க்கப்பட்டுள்ளன.

ஈழத்தில் **1980**களில் போரின் புதல்வர்களாக வெளிப்பட்ட புதிய தலைமுறைக் கவிஞர்களில் சேரன் தலையாயவர். போரின் துயர்படிந்த வரிகளால் நிறைந்தவை அவரது கவிதைகள்.

'அஞர்' சேரனின் பத்தாவது கவிதைத் தொகுதி. இதிலுள்ள பெரும்பாலான கவிதைகளும் போரின் குருதியில் தோய்ந்த கவிதைகள்தான். போரின் அவலத்தை, 'பேரஞரை' பேசுவதன் ஊடாக போர் எதிர்ப்பையும் வாழ்தலுக்கான மனிதனின் உரிமையையும் இக்கவிதைகள் உரத்துப் பேசுகின்றன என்பதே எனது புரிதல்.

"அநியாயமான வீரச்சாவைவிட
வாழ்தலே போராட்டத்தின் மையக்கண்ணி"

என்பது இத்தொகுப்பிலுள்ள ஒரு கவிதையின் இரண்டு வரிகள். போரில் மடிதலைவிட வாழ்தலைப் பற்றிப் பேசுவதே இன்றைய கவிஞனின் கடப்பாடு என்பேன்.

'அஞர்' போரின் வலியைக் கிளறி வாழ்வை நுகர்வதற்கான உரிமைக்காகப் போராட நம்மைத் தூண்டுகின்றது.

எம்.ஏ.நுஃமான்

* 9 7 8 9 3 8 8 6 3 1 0 4 4 *

FCW - #0036 - 061026 - C164 - 216/140/14 - PB - 9789388631044 - Matt Lamination